10399 muktikaan'taavilaasamu

shriigavarraaju suuryanaaraayand-a sharma

శ్రీరస్తు.

ముక్తికాంతావిలాసము.

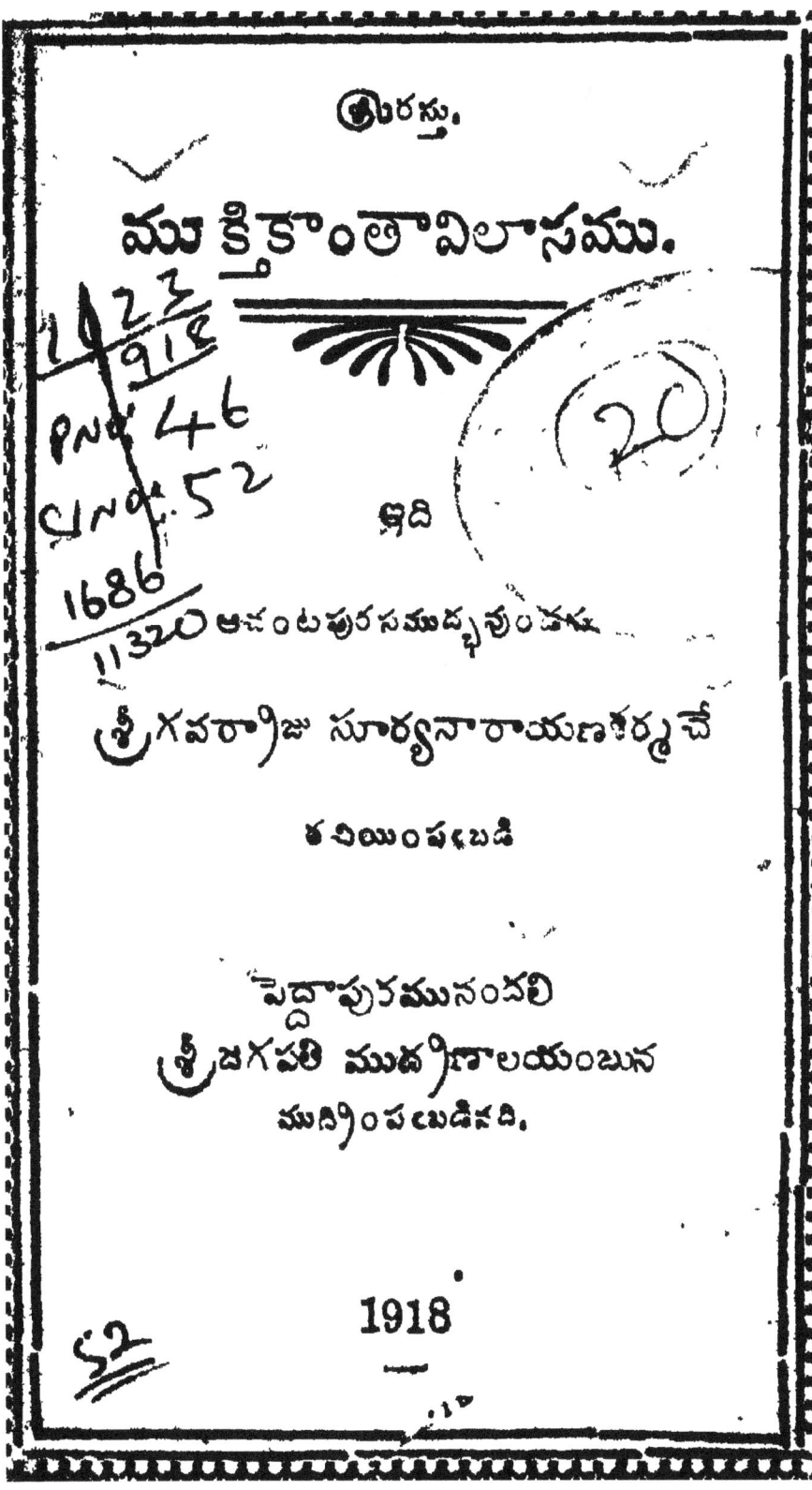

ఇది

ఆచంటపురసముద్భవుండగు

శ్రీగవరాజు సూర్యనారాయణశర్మచే

రచియింపఁబడి

పెద్దాపురమునందలి
శ్రీజగపతి ముద్రాక్షరాలయంబున
ముద్రింపఁబడినది.

1918

ఉపోద్ఘాతము

శ్లో. అనిత్యాని శరీరాణి, విభవోనైవశాశ్వతః
నిత్యంసన్నిహితోమృత్యుఃకర్తవ్యోధర్మసంగ్రహః

అనునట్లు లోకంబున సకలజన్మములలోను శ్రేష్ఠమైనది మానుషజన్మము. అట్టి యుత్తమజన్మ లభించినందుకు దేహాదు లనిత్యమని, అయిశ్వర్యంబు లశాశ్వతమని, భోగములు నిరర్థకమని, మృత్యువు సత్యమని నిశ్చయించి జన్మసాఫల్యమైన మోక్షధర్మమును శీఘ్రముగా గ్రహించవలసినదని జ్ఞానశాస్త్రము బోధించుచున్నది. గనుక యీమానవజన్మములో తా నేమి సంపాదింపవలసినదో, తా నేమి అనుభవించవలసినదో, తానే విచారించిన సూక్ష్మములోనే మోక్షమని ఒక్కయుక్తిలోనే ముక్తియని తన్ను తా నెరిగిన తానే బ్రహ్మమని అట్టి బ్రహ్మానందమే తా ననుభవించవలసిన దని తనకే తెలియబడుచున్నది. అది యట్లంటే—

ప్రశ్న. మోక్షమనగా నెట్టువంటిది?

ఉ. జీవుడు దేవుడగుటయే మోక్షము.

ప్ర. జీవు డెట్టివాడు? దేవు డెట్టివాడు?

ఉ. తన్ను తా నెరుగక తల్లడించువాడే జీవుడు. తన్ను తా నెరిగి సుఖించువాడే దేవుడు.

ప్ర. జీవు డెక్కడనున్నాడు? దేవుడెక్కడనున్నాడు?

ఉ. దేవుడే జీవుడై దేహములో నున్నాడు గాని దేవునికంటె జీవుడు వేరుగాలేడు.

ప్ర. దేవుడే జీవుడైనయెడల తన్ను తానెందు కెరుగడు?

ఉ. దేహేంద్రియాదులతో గలసి దేహము తా నని భ్రమించుచున్నాడు.

ప్ర. అట్లైన జీవుడు దేవు డెట్లగును?

ఉ. తన స్వరూపము తా నెరిగిన జీవుడు దేవుడే అయియున్నాడు.

ప్ర. తన స్వరూపము తా నెరుగుట యెట్లు?

ఉ. తనశరీరములో నేనని పలుకుచున్న వస్తువును తానని గ్రహించుటయే తన్నుతానెరుగుట.

ప్ర. ఈదేహేంద్రియాదులలో నేననేవస్తువుయేది?

ఉ. తెలివిరూపమై సర్వమును గ్రహించుచున్న దే ఆత్మవస్తువు.

ప్ర. తెలివనగా యెటువంటిది?

ఉ. ప్రజ్ఞానమని, ప్రత్యగాత్మని, చైతన్యమని,

ఎరుకని, తెలివని పర్యాయనామములు గాని అకల్పిత స్వయం వ్యక్తమైన పరబ్రహ్మవస్తు వొక్కటియే తెలివిరూపమై సర్వదేహములలోను ప్రకాశించుచున్నది.

ప్ర. అట్టి పరబ్రహ్మమునకు అజ్ఞానజీవభ్రాంతి యెట్లు వచ్చినది ?

అనాదిమూల ప్రకృతివలన బ్రహ్మమందు జీవభ్రాంతి కల్పితమగుచున్నదిగాని జ్ఞానాజ్ఞానములు రెండును బ్రహ్మమందు లేవు. గనుక బ్రహ్మము తానని యెరిగిన తానే దేవుడని తాత్పర్యము.

శ్రీరస్తు.

శ్రీగురుభ్యోనమః

ముక్తికాంతావిలాసము.

మొదటిభాగము

స్వస్వరూపస్వయంబోధిని

శ్లో. వందేగురూణాం చరణారవిందే సందర్శితస్వాత్మసుఖావబోధే. జనస్యయేజాంగలికాయమానే సంసారహాలహాలమోహశాంత్యై.

అనగా లోకమందున మాయాకల్పితశరీరధారులకు వాళ్ళాపుత్రి సంసారసంబంధమువలన స్వస్వరూపవిస్మృ

తగలిగి తాపత్రయాగ్నిచే జన్మమృత్యు భయాక్రాం తముసంభవించుచుండును. అట్టిసంసారదవానలమునే పరమగురుని, నిజబోధవలన నివర్తించి స్వస్వరూపమైన పరమాత్మదర్శింపబడుచున్నదో అట్టిపరమగురుని పాదా రవిందముల కనేకవందనములు సభక్తిపూర్వకముగా నమర్పించి ఆత్మబోధ ప్రకటింపబడుచున్నదనితాత్ప ర్యము.

శ్లో. స్వయంవ్యక్తం, స్వయంవ్యాప్తం, స్వయంజ్యోతి
స్వయంప్రభ, స్వయంసంవిత్, స్వయంపూర్ణం
సచ్చిదానందమద్వయం.

అనగా యీనామరూపప్రపంచమునకు అధిష్టా నమైన ఆదిపరబ్రహ్మము సృష్టికిపూర్వమే అకల్పితస్వ యంజ్యోతియై సూర్యునివలెప్రకాశింపుచు సముద్రము వలె పరిపూర్ణమై పర్వతమువలె నిశ్చలమై తానేమి యు నెరుగకుండుటవలన బ్రహ్మమనగా నిశ్రుతియోగి కమనీ అద్వితీయమనీ అఖండైకమనీ సచ్చిదానందమనీ సృష్టిమందు పేర్కొనబడుచున్నదిగాని బ్రహ్మమునం దు నామరూపగుణప్రకారములు లేవని తాత్పర్యము.

శ్లో. అహంశక్తి రహంవృత్తి,రహంప్రకృతిరహంస్మృతిః
అహంకర్తాఅహంభోక్తా, అస్తిభాతిప్రియంస్వయం

అనగా అఖండసచ్చిదానందపరబ్రహ్మమునందు అనాదిమూలప్రకృతియైన బ్రహ్మశక్తి అహంస్ఫూర్తి రూపమైజనించి సర్వజగత్తును సృజించి దేహరూపమై కర్తృత్వభోక్తృత్వంబులు కల్పించుటవలన నిర్వికారుండైన ఆత్మకు ప్రకృతివికారంబు లారోపితములై జన్మమృత్యు జీవభ్రాంతి సంభవించుచున్నదని తాత్పర్యము.

శ్లో. ఇదంవిశ్వమిదందృశ్యాం,స్వాత్మమాయాస్వకల్పితం.
నామరూపాత్మకంసర్వం, నాస్తిభాతిప్రియంసదా

అనగా యీదేహాదిప్రపంచముసర్వము యింద్రజాలమువలెనే సచ్చిదానందబ్రహ్మమైన తనయందు సంకల్పశక్తియైనమాయచే జనించిఉన్న బ్రహ్మమును లేనట్లున్నూ లేనిప్రపంచ మున్నట్లున్నూ, తోపించుచున్నది గనుక అస్తిభాతి, ప్రియరూపమైన ఆత్మయే సచ్చిదానంద బ్రహ్మమనిన్నీ అనృతజడదుఃఖస్వరూపమైన ప్రకృతియే బ్రహ్మశక్తియనిన్నీ నామరూపప్రపంచమే మిథ్యాభూతమనిన్నీ తాత్పర్యము.

శ్లో.అహంస్ఫూర్తిస్స్వయంప్రకృతిపురుషమయంజగత్
అహంజీవస్వరూపంబ్రహ్మఅహంస్ఫూర్తిలయంస్వయం

అనగా అఖండవ్యక్తియైన బ్రహ్మమే స్వయం

వ్యక్తమైన పురుషుడనిన్నీ, అహంవృత్తియైన మనస్సే బ్రహ్మశక్తియైన ప్రకృతియనిన్నీ, వృత్తిజ్ఞప్తులైన ప్రకృతిపురుషులే జీవబ్రహ్మలనిన్నీ, ప్రకృతిపురుషాత్మకమైన జగత్తే మాయాకల్పితమనిన్నీ, నిశ్చయించి అహంవృత్తియైన తనమూలప్రకృతిని అఖండవ్యక్తియైన తనయందు లయింపజేసి స్వయంబ్రహ్మము తానై స్వస్వరూపమందు క్రీడించుటయే మోక్షసామ్రాజ్యపట్టాభిషేకమని తాత్పర్యము.

శ్లో. హృదాకాశోదితో హ్యాత్మా, బోధభానుస్తమోప
హృత్। సర్వవ్యాపి సర్వధారీ భాతిసర్వం ప్రకాశతే.

వ్యాఖ్యానము. ఏవంశోధితః ప్రత్యగాత్మా, బ్రహ్మాంతఃకరణవృత్తౌ, ప్రతిబింబితః, స్వస్వాశ్రయతమోరూపాజ్ఞాన ముపసంహరన్, భానురివ, సర్వస్వరూపప్రకాశీతేత్యర్థః.

తాత్పర్యము. స్వస్వరూపమనగా యీదేహస్థమైన ప్రత్యగాత్మ కేవలజ్ఞానస్వరూపియగుటవలన సూర్యునివలె స్వయంప్రకాశమై తానుదహరాకాశమందుదయించి అంతఃకరణవృత్తులయందు భానునివలె ప్రతిఫలించి ఆత్మయందు ఆవరణవిక్షేపరూపమై ఆవరించిన అజ్ఞానాంధకారమును జ్ఞానదీపమైనివర్తించి సర్వాధి

ష్ఠానమైన స్వస్వరూపమును తనంతటతానే ప్రకాశింప చేయుటవలన ముముక్షువులకు ఆత్మబోధ సూర్యుని వలె ప్రకాశింప మూలాజ్ఞానము నివర్తించు చున్న దని తాత్పర్యము.

“యస్యాత్మా కేనవాప్రకారేణసర్వవ్యాప్త్యాప్రతీజానీయా దిత్యాశంక్యాసాక్షాద్వక్తుమశక్యత్వాత్ అనణ్వస్థూల మిత్యాదిశ్రుత్యా అసర్వనిరసనద్వారా। నిషేధాదిహే తుభూతం సన్మాత్రంబ్రహ్మయివ జానీయాదిత్యాః ”

అనగా లోకంబున ఎవ్వనికైనా తనయాత్మ యొక్కటే సర్వత్రా వ్యాపించి సర్వమును ప్రకాశింప జేయుచున్నదని యేసాధనముచేత తనకు తెలియబడు చున్నదని విచారించిన, అవాఙ్మానసగోచరమైన పర మాత్మను ఇట్టిదట్టిదని చెప్పుటకలుగనందున అణు వు గాదని, మహత్తుగాదని, అణువు కంటె నణీయని మహత్తు కలితమని శ్రుతిజెప్పినట్లు అసత్యమైన దేహేం ద్రియాదులనన్నిటిని తానుసత్తామాత్రమై గ్రహింపు చు ఇది నేనుగాదు ఇదినేను గాదని సర్వమును తానే నిషేధించి అధిష్ఠానము తానై సాక్షిమాత్రముగా శే షించుననదియే బ్రహ్మస్వరూపముగా ఆత్మవేత్తలు తె లుసుకొనుచున్నా రని తాత్పర్యము.

“ మనుష్యేషు శతకోటి సంఖ్యాకేషు, యఃకశ్చిత్ ఈశ్వరప్రసాదపాత్రీభూత ఏవంకూటస్థాసంగచిద్రూపం ఆత్మానం అద్వయం అఖండానందైకరసం పశ్యతిస ఆశ్చర్యవదేవ భవతి; యథాహనుమతః సముద్రోల్లంఘన మాశ్చర్యంతద్వత్ అతిసర్వవిషయాశా పాశం నిర్ద హ్యామోక్షేచ్ఛాకారణ మాశ్చర్యం. మోక్షేచ్ఛా యాః అతిదుర్లభత్వాత్, బహుజన్మాభ్యాసత్వాత్, బహుపుణ్యపరిపాక సాధ్యత్వాత్, చిత్తప్రసాదైక మూలత్వాచ్చ సంతీర్ణాశేష, విషయాశాసింధుః శుద్ధా త్మమోక్షైకకామో ముముక్షుః అతిదుర్లభః ఇత్యర్థః

అనగా లోకంబునమనుష్యకోటిలో నూరుకోట్ల కొకానొకడు పరమేశ్వరానుగ్రహపాత్రుండై అఖండా నందరసంబైన ఆత్మనుదర్శించుట మహాదుర్ఘటము. అదియెట్లంటే అతిపరాక్రమశాలియైన ఆంజనేయులు అలంఘ్యమైన మహాసముద్రమును అవలీలగా దాటిన ట్లు జన్మమృత్యుసంసారబద్ధుండైనజీవుండు సర్వలోక విషయభోగవిరక్తుండై ఆశాపిశాచంబైన కామపాశ ముఖండించి నిష్కామత్వంబున మోక్షకామియగు టమె దుర్లభ్యము. మోక్షేచ్ఛయనగా అనేకజన్మము లందుయీశ్వరోపాసనాదిసత్కర్మలనుజేయుటవలననూ

అనేక పుణ్యఫలములచే మనఃపరిపాకము నొందుట వలననూ,సర్వలోకభోగసంతుష్టుండై సకలవిషయాశా సముద్రములనులంఘించిపరిశుద్ధచిత్తుండై అత్యాతురము ముక్షుండగుటయె మహాద్భుతమైనదని తాత్పర్యము.

"బ్రహ్మసత్యం జగన్మిథ్యేతినిశ్చయపూర్వకం బ్రహ్మైవాహమితి పరోక్షజ్ఞాన సముత్పన్నంస్యాత్; అత్రజ్ఞాన నిష్టాసిద్ధేః మహద్వైరాగ్యం తీవ్రమోక్షేచ్ఛా తత్పరత్వంచ ఏతత్త్రితయమేవకారణం; తథాపి ఇంద్రియనిగ్రహాభావే వైరాగ్యాది జ్ఞాననిష్ఠాచనసిధ్యతి. అతఃసాధకస్యయత్నతఃఇంద్రియజయస్సంపాద్యః."

అనగా సాధనచతుష్టయ సంపన్నుండైనముముక్షువునకు నిత్యానిత్యవివేకమువలన సర్వదృశ్యప్రపంచముమిథ్యాభూతమనియు,సర్వాధిష్టానపరబ్రహ్మముతాననియు, పరోక్షజ్ఞానముజనించిననూ అపరోక్షబ్రహ్మసాక్షాత్కారమునకు దృఢవైరాగ్యము, అత్యాతురముముక్షుత్వము, ఉత్తమశ్రద్ధ యీమూడును ముఖ్యసాధనమైనను. ఇంద్రియనిగ్రహములేకుండిన వైరాగ్యబోధోపరతులు సిద్ధింపవుగనుక అభ్యాసితగు ప్రయత్నముచే యింద్రియనిగ్రహమును ముందుగానభ్యసించవలెనని తాత్పర్యము.

"ఇంద్రియాణాం విషయాభిముఖేనపురు
షాకర్షణసామర్థ్యేపి, స్వరూపానుసంధా
నేచ్ఛయా, సర్వేంద్రియాణితిరస్కృత్య
ఆత్మానుసంధానేన ప్రివర్తమానత్వం
ధీరత్వమిత్యర్థః.

అనగా బ్రహ్మనిష్ఠుండు తనమానసేంద్రియం
బులు తన్నువశపరచుకొని విషయబద్ధుని జేయుచున్నవని
గ్రహించి ప్రతిబంధములైన దేహేంద్రియాదులను
బ్రహ్మనిష్ఠాబలంబున జయించి ఆత్మాసక్తచిత్తుండై
నిరంతరబ్రహ్మనిష్ఠచే బ్రహ్మానందసుఖం బనుభవించ
వలెనని తాత్పర్యము.

"నిత్యానిత్యవివేక వైరాగ్యాభ్యాం, తీవ్ర
ముముక్షుతయాచ, సర్వంసన్యస్య యేముముక్షువః
శ్రవణంకుర్వంతి తేషాంముక్తిః సమ్యగ్జ్ఞానేనవినా, నసి
ధ్యతి; సమ్యగ్జ్ఞానంచసమాధింవినానసిధ్యతి సమాధిశ్చ
ఇంద్రియనిగ్రహంవినా, నసిధ్యతి, ఇంద్రియనిగ్ర
హోపి నిశ్శేషరాగాదిత్యాగంవినా, నసిధ్యతి; "

అనగా యేముముక్షువులు ఆత్మానాత్మవివేక
ఇహాముత్రార్థఫలభోగ విరాగశమాది షట్కసంప
న్నులై, వేదాంతశ్రవణముచేయుదురో అట్టిపూర్ణాధి

కారులకు ఆరూఢజ్ఞానమువలనగాని జీవన్ముక్తిసిద్ధింప దు. అట్టిదృఢజ్ఞానము నిశ్చలసమాధివలనగాని లభింపదు. అట్టి నిర్వికల్పసమాధి యింద్రియనిగ్రహము వలనగాని పొందబడదు. సర్వవస్తువిషయానురాగము ను విడువకగాని యింద్రియజయము వశముగానేరదు. గనుక బ్రహ్మనిష్ఠుండు నిరంతరాభ్యాసబలంబున సర్వ వాసనాక్షయ మనోలయంబుగావించి బ్రహ్మసాక్షాత్కారమునుపొందవలెనని తాత్పర్యము.

“జన్మానేకశత సహస్రకృతసుకృతపరిపాకేన, శ్రుత్యాచార్య ఈశ్వరప్రసాద పౌష్కల్యం ప్రాప్తవతో, యస్యసమాధినా సర్వమిదమహంచ బ్రహ్మైవేతి బ్రహ్మాపరోక్షవిజ్ఞానం అప్రతిబద్ధంభవతి; తస్య మహాత్మనః స్థితప్రజ్ఞస్య ప్రబుద్ధస్య స్వప్నవ్యాహారవత్ అహంమమేదమిత్యా దివ్యవహారోవినివర్తతే; నిద్రావత్ అవిద్యాయా వినష్టత్వాత్ తత్కార్యస్యాపినిశ్శేషనివృత్తిః; అతఃప్రబుద్ధోజాగరఇవజీవన్ముక్తో బ్రహ్మవిత్ బ్రహ్మణ్యేవఆరమతి.”

అనగా అనేకకోట్లజన్మములందు చేయబడిన పుణ్యఫలమువలన ఈశ్వరానుగ్రహబలంబున ఎవనికి సద్గురుకటాక్షలబ్ధంబగు నిశ్చలసమాధియందు సర్వప్రి

పంచమున్నూ బ్రహ్మస్వరూపమే యనిన్నీ ఆబ్రహ్మ ముతనస్వరూపమేయనిన్నీ స్వానుభవజ్ఞానము దృఢనిశ్చయమగుచున్నదో అట్టిబ్రహ్మజ్ఞుడు అఖండప్రజ్ఞావంతుడై నందున నిద్రమేల్కొన్నవానికి స్వప్నవ్యాపారము మిథ్యాభూతమైనట్లు దేహము తా ననెడిఅహంకారమును, యింద్రియంబులు తనవియనెడి మమకారంబును, అవిద్యాకార్యమంతయు స్వప్నతుల్యమైనివర్తించుచున్నది. గనుక బ్రహ్మవిదుడు జీవన్ముక్తుడై మహాజాగ్రితనుబొంది బ్రహ్మమైనతనయందు తానేరమించుచుండునని తాత్పర్యము.

"స్వతఃసిద్ధేనిత్యకూటస్థానంగ చిద్రూపే చక్షుషోరూపవత్ సర్వత్రిఉపలభ్యమాన ఆనందైకరసాత్మని స్వస్వరూపేక్రిశన్ రమమాణో బ్రహ్మవిత్ ఆత్మనాస్వస్వరూపేణైవతుష్టః, స్వాత్మానందరసాను భూత్యైవసంతోషం తృప్తించప్రాప్య అమృతరసపాయీలవణాంబువత్ తుచ్ఛంవిషయసుఖం.నాపేక్షతే.

అనగా బ్రహ్మనిష్ఠుండు స్వయంవ్యక్తమై, నిత్యమై, కూటస్థమై, అవంగమై, చిద్రూపమై ప్రకాశించుచున్న తన ప్రత్యగాత్మను నేత్రముచే రూప

మునుచూచునట్లు విజ్ఞానదృష్టిచే నంతటనుదర్శింపుచు తన స్వరూపమందు తానేరమింపుచు బ్రహ్మమయుడై విహరింపుచు తనయందుతానే పరితృప్తినొందుటవలన అట్టివాడు తుచ్ఛమైనవిషయభోగముల నపేక్షింపడని తాత్పర్యము.

"యథావివేకీ సూక్ష్మబుధ్యాతరంగఫేన
బుద్బుదాద్యమ్మయంసర్వం జలామాత్రం
పశ్యతి; యథాకటక మకుటాదిహైమం
సర్వంహేమమాత్రంపశ్యతి; తథాప్రత్యక్
దృష్ట్యాస్వంచ జగత్సర్వంచ బ్రహ్మమాత్రం
పశ్యతి; సఏవఅద్వైతదర్శీ అవిద్యాబం
ధవిముక్తశ్చతస్యమహాత్మనః సిద్ధస్య
సుప్తోస్థితవత్ స్వాతిరిక్తమపశ్యతః
పూర్ణవృత్తేః బ్రహ్మవిద్వరిష్టస్య లోకప్రవృత్తి
ర్నసంభవతి."

అనగా లోకంబున వివేకవంతుండు సూక్ష్మబుద్ధివలన సముద్రతరంగ బుద్బుదంబుల నన్నిటిని జలమయముగాను మకరకుండలకిరీటాదుల నన్నిటిని స్వర్ణమయముగాను గ్రహించునట్లు ముముక్షుండైన జీవుండు విజ్ఞానదృష్టివలన తానున్నూ జగత్తున్నూ బ్రహ్మ

మయముగా గ్రహించుటయె అద్వయితసిద్ధి యనబడు చున్నది. అట్టి అద్వయబ్రహ్మమునకు అజ్ఞానప్రతిబంధము నివర్తించుటవలన నిదురించువాని కన్యముతోచనట్లు అంతఃకరణవృత్తికి బ్రహ్మమైన తనకంటె అన్యమేమియును తోచనందున బ్రహ్మజ్ఞానులకు దేహము తాననే యహంవృత్తి కలుగనేరదని తాత్పర్యము.

"జపాకుసుమసాన్నిధ్యాత్ స్ఫటికేరక్తిమవత్
అనాత్మసాన్నిధ్యాత్ ఆత్మని ప్రతీయమానాని
అనాత్మకర్తృకాణి సర్వాణ్యప్రకృతిరేవకరోతి
నాహంకరోమీతి అధ్యాత్మవిద్యయా
స్వయంబ్రహ్మభావమాపద్య విద్వాంతిష్ఠత్."

అనగా లోకంబున శ్వేతవర్ణమైన శుద్ధస్ఫటికమువద్ద రక్తవర్ణమైన రత్నపుష్పములుంచినస్ఫటికము రత్నముగా తోచునట్లు అసంగచిద్రూపమైన ఆత్మకు అనాత్మసంబంధమైన ప్రకృతివికారంబులు ఆరోపింపబడుచున్నవి గనుక ఆత్మమైన తాను ప్రకృతికంటె వేరగుటవలన కారణకార్య కర్తృత్వంబులు మాయాకృత్యంబులుగానే ఆత్మకృత్యంబులు గావని నిశ్చయించి బ్రహ్మవిద్యాప్రభావమువలన సర్వసాక్షియై సాక్షియానుభూతిం జెందువాడే సర్వజ్ఞుడని తాత్పర్యము.

"యథాకన్యకా, స్వయంబుతుమతీభూత్వా
స్వజనం త్యక్త్వాభర్తారమేకమాశ్రిత్య,
తదేకాలంబనాభూత్వా, తత్త్రైవరమతే
తేనైవ తుష్యతి, హృష్యతి, ఆనందతి,
నాన్యంశృణోతి, పశ్యతి, స్మరతి, స్పృశతి,
స్వయం పతివ్రతాభూత్వాతత్త్రైవతిష్ఠతి;
తథైవ యన్యబ్రహ్మ విదుషోపరిజ్ఞానమా
ధినా పౌఢీభూయదేహం, ప్రాణం, ఇంద్రియ
జాతంచ, సర్వందూరతః పరిత్యజ్య, సచ్చిదా
నందైకరసం పరంబ్రహ్మైకమేవ మాశ్రిత్య,
తదేకాలంబనాభూత్వా, తత్త్రైవరమంతి,
క్రీడంతి, నందంతి, దుష్యంతి, హృష్యంతి,
సతీపతివ్రతావత్, నాన్యంశృణోతి, పశ్యతి,
ధునుతే, విజానాతి, స్వయంసదా తదాత్మనా
తిష్ఠతి,సఏవ జీవన్ముక్తి సుఖంవిదేహాకైవల్యసుఖంచ
విందతి."

అనగా లోకంబున రజస్వలమైన కన్య తనతలి దండ్రిలను విడచి తన భర్తనే ఆశ్రయించి భర్త నెప్పుడును విడువక భర్తతో నేరమిం

పుచు క్రీడింపుచు పతియందే తృప్తినొంది పతికంటె అన్యులనుచూడక, యేవిషయమును వినక, యేవస్తువును ముట్టక, యేసుఖమును కోరక పతివ్రతయై తనభర్తనెట్లు సేవింపుచున్నదో అటువలెనే ముముక్షుండైన జీవుండు దృఢవిరక్తిచే బ్రహ్మనిష్ఠం ప్రిష్ఠాబలంబున దేహేంద్రియంబుల నిగ్రహించి సచ్చిదానందబ్రహ్మమునే ఆశ్రయించి బ్రహ్మము తానే పట్టువడలక బ్రహ్మవిద్యాస్వరూపిణియైన పరాశక్తిం గూడి రమింపుచు, క్రీడించుచు, విహరింపుచు, ఆనందింపుచు, బ్రహ్మానందసుధారసపానసంతుష్టుండై పతివ్రత తనభర్తనెప్పుడును విడువనట్లు మాయాకల్పిత జగద్విషయంబుల నెప్పుడును కోరక దేహావసానపర్యంతము బ్రహ్మానందరతిక్రీడా వినోదంబున నిత్యసంతుష్టుండై స్వదేహమందే విదేహకైవల్యసుఖంబనుభవించుచున దియే ముక్తికాంతాపిలాసమని తాత్పర్యము.

"ఆరోపితనామరూపాదికం విహాయ సర్వ
త్రాధిష్ఠానభూత బ్రహ్మమాత్రదర్శనపరాః
పండితా ఇత్యర్థః, ఏవం బ్రహ్మతత్త్వ విజ్ఞా
నఖడ్గ నిర్భిన్నహృదయగంధ్యేకుపహాః
పునస్సంసరిణాం నసంభవతీత్యర్థః."

అనగా లోకంబున బ్రహ్మవేత్తలైన పండితులు బ్రహ్మవిద్యాప్రభావమువలన ఆరోపితనామరూపగుణవికారంబులు మాయాకల్పితంబులని, త్యజించి, సర్వనామరూపవస్తువులయందును అస్తిభాతిప్రియరూపమై అధిష్ఠానముగానున్న ఆత్మవస్తువును సచ్చిదానందపరబ్రహ్మముగ దర్శించి ఆపరబ్రహ్మమే తమ నిజరూపముగ నిశ్చయించి తనజన్మకర్మబీజాంకురమైన లింగదేహమును (అనగా బహు జన్మములనుండి దేహము తానని దృఢనిశ్చయమైన మనస్సంశయమును) బ్రహ్మము తాననెడి అనుభవజ్ఞానఖడ్గముచే ఖండించి అద్వయబ్రహ్మమయులై ప్రకాశించువారలు మరల పునర్జన్మమునొందరని తాత్పర్యము.

శ్లో. నిత్యంసదానందరసానుభూతిం।అభిన్నవృత్త్యాత్మని కుర్వతాంసతాం। ఇంద్రియలోకేనకిమబ్జయోనేః కింవాహరేః కిన్నుశివస్యతాత్॥

అనగా లోకంబున సత్పురుషులు యిట్లున్వయంబోధవలన తమ నిజరూపము బ్రహ్మస్వరూపముగా గ్రహించి అద్వయబ్రహ్మమయులై బ్రహ్మానందసుధారసం బనుభవింపుచు బ్రహ్మవిష్ణురుద్రేంద్రాదులు తమ

కు ప్రసన్నమైనను “బ్రహ్మసత్యం జగన్మిథ్య” యను న్యాయంబున సర్వలోకవిషయములను స్వప్నతుల్యము గానిశ్చయించిసర్వాధిష్ఠానపరిపూర్ణసచ్చిదానందస్వరూపంబగు ముక్తికాంతనే పొందుచుందురని తాత్పర్యము.

స్వస్వరూపస్వయంబోధసమాప్తం

శ్రీరస్తు.

శ్రీగురుభ్యోనమః

ముక్తికాంతావిలాసము.

రెండవభాగము.

యక్షగానము.

ముక్తికాంతావిలాస మనగా లోకంబున బ్రహ్మవిద్యాపరిపూర్ణులైన రాజయోగులు వైరాగ్యబోధోపకరణములవలన బ్రహ్మానందసుఖ మనుభవించునది యని యర్థము.

అది యట్లంటే ఆదిపరబ్రహ్మమైనఆత్మయేపురుషుడున్నూ ఆపరబ్రహ్మశక్తియైన బుద్ధియేప్రకృతిన్నీ, ఆప్రకృతిపురుషసంయోగమే ముక్తికాంతాసంభోగ

మున్నూ, అయినందున యీదేహధారియైన జీవుండు ప్రకృతిపురుషవివేకమువలన తనమూలప్రకృతినివశపర చుకొని వైరాగ్యబోధోపరతులవలన తనఆత్మశక్తిలో రమించునదియే ముక్తికాంతాసంభోగమని చెప్పబడు చున్నది.

ప్రకృతి యనఁగా ఆవరణశక్తి, విక్షేపశక్తి, యిచ్ఛాశక్తి, జ్ఞానశక్తి, క్రియాశక్తి, అని పంచశక్తులై ప్రపంచమును సృజించునదిన్ని, పురుషుఁడనగా యీపంచశక్తులకున్నూ అధిష్ఠానమై ప్రకాశించువాడున్నూ అయినందున తానైన ఆత్మను మరపించునది ఆవరణశక్తిన్ని, దేహము తానని తోపించునది విక్షేపశక్తిన్ని, విషయములందాశపుట్టించునది యిచ్ఛాశక్తిన్ని, విషయభోగముల యందు రుచిపుట్టించునది జ్ఞానశక్తిన్ని, విషయసుఖముల ననుభవింపజేయునది క్రియాశక్తిన్ని అగుటవలన సంకల్పవికల్పములు, జననమరణములు, జాగ్రన్నిద్రలు మొదలైనప్రకృతిగుణంబులు బ్రహ్మమైన తనయందారోపితములై అసంగచిద్రూపమైన ఆత్మకు స్వరూపవిస్మృతి కలుగుచున్నది. కాబట్టి ఆత్మయైనపురుషుండు వైరాగ్యబోధోపరతులచే తన విషయేచ్ఛాశక్తిని మోక్షేచ్ఛయందును, లోకజ్ఞాన

శక్తిని ఆత్మజ్ఞానమందును, విషయభోగశక్తిని ఆత్మాను భవమందును మరలించి ఆవరణవిక్షేపశక్తులను వశ పరచుకొని తనపరాశక్తియైన ఆత్మపత్నితో క్రీడించు నదియే ముక్తికాంతావిలాస మని తాత్పర్యము.

వైరాగ్యబోధోపరతుల వివరణము.

వైరాగ్యమనగా యిలమీాదం బ్రతుకేలవేల్పు లవరంబేలా! ధనంబేల చంచలగంధర్వ పురీవిడంబన ము-లైశ్వర్యంబులేలా! జగంబులబుట్టించు-తలంపునం ప్రికృతితోపాత్తై మదింబాసి-నిర్మలమై-వాఙ్మనసామి తంబగు పరబ్రహ్మంబునే జెందెదర్.

అనగా జీవులకు యిచ్ఛయేజన్మము, జన్మమే దుఃఖము, దుఃఖమేనరకము, నరకమేమృత్యువు, ఆత్మ యేద్వైవము, ద్వైవమేసత్యము, సత్యమేజ్ఞానము, జ్ఞాన మేమోక్షము అయినందున జన్మముకంటె దుఃఖము న్నా, మోక్షముకంటె సుఖమున్నా యేలోకమునం దునులేదని నిశ్చయించి జీవన్ముక్తికొరకై చింతించున దియే సంపూర్ణవైరాగ్యము.

బోధయనగా సీ॥ హరిరామనీవునా యంతరం గమునందు సాక్షివై యుండుటసత్యమైతే పావన

కాయెను పాంచభౌతికమైన కాయంబుచలముఁగడుగ
నేలా। చిత్తక్షీణంబైన వీడుము కర్మంబు—వేధించు వే
ల్పుకు వెరువనేలా। మమకారముడిగినా—మానుము
కర్మంబు—మోహంబు లుడిగిన మోక్షమిదియే। నిష్ట
యాకీలి నిజముగా నిలచినేని—మనసుదృఢమైతే చా
లదా మాయగెలువ। భ్రాంతు లుడిగిన బ్రహ్మంబు
బట్టబయలు। రామతారకదశరథరాజతనయ.

అనగా యీజగద్రూపుడైన పరబ్రహ్మమే ఆత్మారాముడై ప్రతిశరీరములోను ప్రకాశించుటవలన యీశరీరము పరమపవిత్రమైన దేవాలయమనిన్ని, దేహధారియైన జీవుండు పరబ్రహ్మమైన దేవుండనిన్ని శ్రుతిగురుస్వానుభవంబులచే స్పష్టమైనందున జీవుండైన తాను దేవుండని త్రికరణశుద్ధిగా నమ్మి నిశ్చయబుద్ధి గలిగి దేహము తా ననెడు జీవభ్రాంతిని విడిచియుండు వాడెపో స్వారాజ్యాభిషిక్తమైన సద్గురుబోధ యని తాత్పర్యము.

ఉపరతి యనగా శ్రీ వేదాంతమనుచు బ్రహ్మాదు
లెంచిన వెలుఁగు—నాదాంత సీమను నలరవెలుఁగు। సా
ధుజనానందసంపూర్ణమై వెలుగు—బోధకునిలయమై
పొసగవెలుఁగు। ద్వాదశాబ్జమధ్యమందుదయించునా వెలు

గు। నాత్మనాళంబునజొచ్చి వెలుగు। శతకోటిభాస్కర ద్యుతులమించిన వెలుగు—మేరువుశిఖరంబుమీది వెలుగు। అట్లు వెలిగెడి బ్రహ్మంబు నాత్మయనుచు—దెలియనేర్చినవాడె పో దేవుడనగ। మధురపురిపాల మునిజనహృదయలోల వేణుగోపాలభక్తసంత్రాణశీలా.

అనగా లోకంబున గురుదీక్షాపరుండైన జీవుండు "స్వస్వరూపే స్వయంజ్యోతి స్వస్వరూపే స్వయంరతి." అనునట్లు అఖండసచ్చిదానందపరబ్రహ్మమైన తనయాత్మ కోటిసూర్యప్రకాశమై అంతరబాహ్యములందు ప్రకాశించుచున్నదని అంతర్దృష్టిచే దర్శించి అంతటనుంచి తనయంతఃకరణమును ఆత్మయందు రమింపజేయునదే ఆత్మరతి యని చెప్పబడుచున్నది. ఇట్లు వైరాగ్యబోధోపరతులవలన ఆత్మసాక్షాత్కారపరుండైన జీవుండు తనబ్రహ్మవిద్యాప్రభావమును సద్గురురూపండైన పరబ్రహ్మవిలాసమని స్వానుభవపూర్వకంబున నిట్లు ప్రకటించుచున్నాడు.

సావేరిరాగం - ఆటతాళం.

అదిగో సద్గురునివిలాసము। జీవయిదె దాసుడే స్వప్రకాశము। అదిగో సద్గురుపాదపద్మము। హృదయవీధిని [illegible] విధాన [illegible] బ్రహ్మ [illegible]

సదమలంబై వెలుగుచున్నది ॥అదుగో॥ అండాండమం
లకాధారమైయున్నది। పిండబ్రహ్మాండాతీతమైయున్నది।
[illegible] భావాతీత్యమునుంమన। యఖండమై వెలిగేటి
జ్యోతి। దండిగాగనుగొన్నవారికి పండువెన్నెలపగిది
నున్నది ॥అదుగో॥ భావభావతీతమైనది। జీవాకేవబ్ర
హ్మమైయున్నది। నీవారశూకాగ్రమందున నిలయమై
సమహాప్రకాశము దేవరహాశ్యంబై వెలుంగుచు దివ్య
ముగగనుపట్టుచున్నది ॥అదుగో॥ బోధకునిలయమై
యున్నది। యేబాధలుగాననిమిన్నది। యీధరనుయా
గంటి పరశివస్వామి సద్గురుబోధనామది పాదుకొనిబ్ర
హ్మాండమంతయు పట్టపగలై వెలుగుచున్నది ॥అదుగో॥

అనగా లోకంబునబ్రహ్మజ్ఞాన సంపన్నులు పర
బ్రహ్మవిలాసంబైన బ్రహ్మానందము పరమగురునియు
పదేశంబువలన సిద్ధించునదిగాని అన్యథాలభించునది
కాదనిన్నీ। బ్రహ్మవిలాసము నెరిగించిన సద్గురువేపర
బ్రహ్మ[illegible]న్నీ ఆపరబ్రహ్మవిలాసమే సద్గురువిలాస
మనిన్నీ। ఆసద్గురువిలాసమే ముక్తికాంతావిలాసమని
న్నీ। నిశ్చయించి సద్గురుపాదపద్మంబులు తమహృద
యపద్మంబుననిలిపి సదాభజింపుచు సద్గురుకటాక్ష
లబ్ధంబైన ఆత్మబోధను తమహృదయంబున రమింప

చేయుచు అఖండసచ్చిదానందస్వరూపంబైన పరబ్ర
హ్మమునుదర్శించి అండపిండబ్రహ్మాండములునిండి పం
డువెన్నెలవలె పట్టపగలై వెలుగుచున్న పరంజ్యోతియే
పరమపదంబనిన్నీ, ఆపరమపదకైవల్యమే మోక్షసా
మ్రాజ్యమనిన్నీ, ఆ మోక్షసామ్రాజ్యవైభవమే ము
క్తికాంతావిలాసమనిన్నీ, గ్రహించి యాముక్తికాం
తాసంభోగసుఖంబు నిట్లుప్రకటించుచున్నారు.

రాగం—తాళం.

చక్కనిముక్తివధూటి-మది-చొక్కితి నిన్గనిబోటి।
చక్కరబొమ్మలమేటి-వేరెక్కడ నీకును సాటి॥చ॥
నిన్నునుగాననివారు-సురలన్నను ధన్యులుగారు।నిన్నె
రుగకయున్నారు-సంపన్నులె జగతిలో వారు॥చ॥
ఎందుకు నీదయరాదూ-వేరెందును నామదిబోదు।
సందియమేమియులేదు-నినుబొందక సౌఖ్యముగాదు॥
మానక యెప్పుడునేను-నీమరలున బడియున్నాను।
ఆనందాంబుధిలోనూ-నన్నికనైన దేల్పగనగునుచ॥
మౌనులబొందుమిటారి-రిపునూయలద్రుంచుకటారీ।
జ్ఞానులచెంతనొయారీ-వను శంకరు జేయవెచేరి॥చ॥

అనగా లోకంబున అఖండమండలాధిపత్యం
బైన రాజ్యలక్ష్మియైనను, అనేకకోటిసంచయంబులు

గల ధనలక్ష్మియైనను, మోక్షలక్ష్మికి దాసినయైనందు
న బ్రహ్మవిద్యాధురంధరుండైన సర్వజ్ఞుండు "స్వారా
జ్యంభోజ్యం స్వాత్మరాజ్యసుఖేరమే" అనునట్లుమోక్ష
సామ్రాజ్యమహాలక్ష్మియగు స్వాత్మపత్నిలో సంభో
గించుచు ఓముక్తికాంతా! మోక్షసామ్రాజ్యవైభ
వంబైనను నీసంభోగమునకు సమా
నముగాదుగదా। రంభాదిదేవకాంత
లైనను మాయకాంతలేగాని ముక్తికాంతలుగారు
గదా; అట్టిదేవకాంతలసంభోగమైనను తుచ్ఛభోగమే
గాని నిత్యభోగముకాదుగదా; బ్రహ్మాదిదేవతలకైన
ను నీసంభోగములభింపదుగదా; బ్రహ్మాదులకైనను
నీసంభోగమువలనగాని జన్మసాఫల్యముకానేరదుగదా;
ఇట్లు సర్వోత్కృష్టమైన నీసంభోగంబుగోరక లోకం
బున మానవులు రంభాసంభోగమును గోరుచుందురు.
ఎన్నికోట్లజన్మంబుల పుణ్యఫలంబుననో యీజన్మంబున
నాకు నీసంభోగంబు లభించినది. నీదర్శనమాత్రమునే
నామనంబునవనీతంబై కరిగిపోవుచున్నది. నీతోసంభో
గించినప్పుడీమనంబేమైయుండునో తెలియకున్నది. నీ
తోఁగలసి అన్యోన్యగాఢాలింగన చుంబనాదులచే రతి

క్రీడసల్పెడువాడు సాక్షాత్పరమేశ్వరుండుగాని జీవుండు గాడు. లోకంబున ముక్తికాంతతో రమించనివాడు నీతో సంభోగించని నవమన్మథుడైనను నపుంసకుడన బడుచున్నాడు. నామనంబెప్పుడునూ నీసంభోగంబునకే పరితపించుచున్నదిగాని తుచ్ఛభోగంబును గోరుటలేదు. లోకంబున మహాఋషులైన మానులందరును నీసంభోగమునకే నిరీక్షించుచుందురు. నీయందే మోహితులై యుందురు. నీవును నిస్సంగులనే వరింతువు. నిష్కాములనే రమింతువు. నీపరిపూర్ణకటాక్ష వీక్షణంబున ఆవరణవిక్షేపమాయను తొలగించి నిత్యానందరతిక్రీడా వినోదంనబునను స్వారాజ్యాభిషిక్తుని జేయుచుందుమని అనేకవిధంబుల ముక్తికాంతను కొనియాడి, కొనియాడి బ్రహ్మజ్ఞానమహాత్వంబు నిట్లు ప్రకటించుచున్నాడు.

రాగం-తాళం.

జ్ఞానమా-ఆత్మజ్ఞానమా। తత్వజ్ఞానమా-దళి తాజ్ఞానమా॥ జ్ఞానమా-అజ్ఞానమనియెడి కాననముభ స్మంబుసేయు। మహానలంబవుగద వెనీకు-సమానమాయి తంబు॥ నాత్మజ్ఞానమా॥ పూనియజ్ఞానాంధకారము-లేనిదానిగ-జేయజాలిన। భానుదీప్తిగదవెలోకము-లో నినన్మానవులకాత్మ ॥జ్ఞానమా॥ మానుగనజ్ఞానమని

మెడి-యేనుగనుపీనుగసేయు। ననూనబలకేసరివిగదవె
ధీనిధులకరయంగనాత్మ ॥జ్ఞానమా॥ నీనిజస్థితిగాననేర్చి
న-వానిశంకరుజేయుదువుబహు। మానమహిమ-పున
ర్భవంబునులేని గతిబొందించితి ॥ఆత్మజ్ఞానమా। భక్తి
జ్ఞానమా॥జీవులకు॥

అనగా లోకంబునజీవులకు వ్యవహారజ్ఞానమని, పరమార్థజ్ఞానమని జ్ఞానము రెండువిధములు. అందువ్య వహారజ్ఞానమనగా దేహవర్ణాశ్రమ నామరూపంబులు ఆత్మయందారోపించుకొని దేహముతానని ప్రవర్తిం చునది ఆరోపితజ్ఞానమనిన్నీ, పరమార్థజ్ఞానమనగా దే హావర్ణాశ్రమ నామరూపంబులు మాయాకల్పితంబుల నిన్నీ, దేహధారియైనజీవుండు అకల్పితస్వయంబ్రహ్మ మైనదేవుండనిన్నీ గ్రహించి బ్రహ్మముతానని ప్రవ ర్తించునది అధిష్ఠానజ్ఞానమనిన్నీ చెప్పబడుచున్నది. అ నేకజన్మములనుండి దేహముతానని వ్యవహరించెడు జీవుని యీజన్మమందుదేవుడుతాననియెరిగించి జీవన్ము క్తినొందించుటవలన జ్ఞానమే మోక్షస్వరూపమనిన్నీ దేవతులకైనను దుర్లభమైనదనిన్నీ, బ్రహ్మాదులకైన నుజ్ఞానములేక మోక్షముసిద్ధిచదనిన్నీ, లోకంబుజ్ఞాన మె సర్వోత్కృష్టముగా కొనియాడబడుచున్నది. జ్ఞాన

మన్ననూ, ఎరుకన్ననూ, తెలివన్ననూ, ప్రజ్ఞన్ననూ, ఆత్మన్ననూ, జీవుడన్ననూ, దేవుడన్ననూ, పర్యాయనామంబులుగాని బ్రహ్మవస్తువొక్కటియనియర్థము. పరబ్రహ్మమైన దేవుడొక్కడే తెలివిరూపమైసర్వజీవులలోను నేనునేననివలుకుచున్నాడనా। నిముషమాత్రములో దేవునిజూపించి ఒక్కయుక్తిలో ముక్తినిపొందించుచున్న ఓఆత్మజ్ఞానమా; లోకంబున జీవులకు దారాపుత్రసంసారము తనది యనే జ్ఞానారణ్యమును స్వరూపజ్ఞానదావానలంబున దహించుదానవున్నా, దేహము తానని భ్రమించెడు అజ్ఞానాంధకారమును ఆత్మజ్ఞానసూర్యోదయంబున నివర్తించుదానవున్నా, కామక్రోధాదిమదగజంబులను బ్రహ్మవిద్యాప్రబోధపరాక్రమసింహమువై సంహరించుదానవున్నా, అయినందున సర్వలోకములయందున్నూ ప్రజ్ఞాస్వరూపమైన నీవే ప్రకాశించుచున్నావు; సర్వకార్యములును నీప్రభవలననే నిర్వహింపబడుచున్నవి. సర్వభోగంబులును నీవలననే సిద్ధించుచున్నవి; గనుక సర్వోత్కృష్టమోక్షస్వరూపంబగు నీమహత్త్వంబు బ్రహ్మాదులకైనను గ్రహింపరానిచో నరాధముడైన నేనెట్లు గ్రహింతును? యిట్టి బ్రహ్మజ్ఞానప్రభావమువలన ప

న్మమృత్యు ప్రతిబంధవిముక్తుండనై శాశ్వతమోక్ష సామ్రాజ్యవైభవ మనుభవింపుచు అనాదిమూలాజ్ఞానప్రతిబంధము నిట్లు విడిపించుకొనుచున్నాడు.

రాగం——తాళం.

ఎంతపాపజాతివే-అజ్ఞానమా। నాచెంతవదలిపోవవే-యజ్ఞానమా॥ ఎంతతులువదానవే-యజ్ఞానమా। నీవంత మింకమానవే యజ్ఞానమా॥ ఇన్నాళ్ళదాకనో-యజ్ఞానమా। నే నిన్నెరుంగనైతినే-యజ్ఞానమా॥ఎంత॥ అల్లిబిల్లిశాయకే-యజ్ఞానమా। నీయిల్లుకాలిపోను-ఓయజ్ఞానమా॥ఎంత॥ కల్లలాడించకే-యజ్ఞానమా।నీతల్లికడుపుకాలనో-యజ్ఞానమా॥ఎంత॥ నీహాతంచేమాయెనే-యజ్ఞానమా। దుష్టాశలెందుబోయెనే యజ్ఞానమా॥ఎంత॥ నీటక్కులన్నిమానవే-యజ్ఞానమా। మాయచిక్కులన్ని తెలసెనేయజ్ఞానమా॥ఎంత॥ నాశంకలన్నిదీరెనే-యజ్ఞానమా। నేశంకరుండనైతినే యజ్ఞానమా॥ఎంత॥

అనగా లోకంబున జీవులకు అజ్ఞానమనగా తా నెవరో, తన స్వరూపమెట్టిదో, విచారింపని యవివేకముగాని జ్ఞానములేని జడమని యర్థముగాదు. గనుక నిత్యానిత్యవివేకమువలన నిత్యమైన బ్రహ్మము తన స్వరూపముగా గ్రహించిన జీవుండు జన్మకర్మ

మూలంబైన యవివేకమును పిశాచముగాను, అశ్రద్ధ పెనుభూతముగాను, నిశ్చయించి యీజన్మంబున తన లోనుండి తొలగించి యికముందు యీపాపగ్రహంబులు మరల తన్ను బొందకుండునట్లు మనోవాక్కాయ కర్మములచే నిట్లు మారణహోమము చేయుచున్నాడు. ఓయవివేకపిశాచమా ? వివేకవంతమైన మానుమజన్మ మెత్తియును, ద్విపాదపశువువలెనే దేహము తానని తోపించుచున్నావుగదా; యిట్టిపాపము నన్నికపొందించకుము.

ఓయశ్రద్ధపెనుభూతమా ? వేదాంతశాస్త్రము చదివినను బ్రహ్మనిష్ఠచేయనీయక విషయభోగములను మరగించి స్వస్వరూపమును మరపించుచున్నావుగదా. యిక నన్నిట్లు మోసముచేయకుము.

అనేకజన్మములనుండి అజ్ఞానమేజన్మకర్మమూలమని తెలియనీయక జననమరణసాగరంబున ముంచుచుంటివి. యిక నన్నట్లు ముంచకుము. ప్రజ్ఞానమే బ్రహ్మమనీ, అజ్ఞానమే మాయనీ, తెలిసినది గనుక ఆవరణవిక్షేపమాయచే నన్నిక చిక్కులబెట్టకుము. లోకంబున పండితులనైనను కాంతాకనకములచే మోహింపజేసి మృత్యువుపాలు చేయుచున్నావు. న

న్నట్లు చేయక యింతటితో విడిచిపొమ్ము.

సర్వభోగసంతుష్టివలన సర్వవిషయాశానముద్రి మును తరించితిని. గనుక యిచ్ఛా, జ్ఞాన, క్రియారూపంబున నన్ను విషయాశనుపొందింపక విడిచిపొమ్ము.

శృతి గురుస్వానుభవబలంబున పుట్టని, చావని పరబ్రహ్మము నేనైతిని గనుక మాయాకార్యంబులైన సర్వసంశములు మటుమాయమగుచున్నవి. బ్రహ్మమైన నాయందు జ్ఞానాజ్ఞానములు రెండును లేనందున మాయగాని మాయాకల్పితమైన జగత్తుగాని ఎప్పుడునూ లేదని తనపరిపూర్ణబ్రహ్మనందసంతుష్టియైన జీవన్ముక్తి స్థితి నిట్లు ప్రకటించుచున్నాడు.

రాగం—తాళం.

ఏమికొదువామాకు—మరి—ఏమిచింతామాకు
కామధేనువగుచుముక్తి। కదసియుండేమాకు ॥ఏమి
కొదువా॥ సకలామ్నాయ - శాస్త్రములసారామబ్బె
మాకు। త్రికరణాశుద్ధిగ మేలు - తెరవుదారకేమాకు॥
ఏమికొదువా॥ చూపులందు తగులులేని—చూపుదా
రికేమాకు। ఆపోజ్యోతిరూపామందు నలరగ్గాలెమాకు॥
ఏమి॥ మాయావికృతులెల్లమానే। మార్గమబ్బెమా
కు। శ్రేయాములకుమూలమైనసిరి లాభించెమాకు॥

ఏమిా॥ ముక్తికాంతాభోగ్యమైన-యుక్తిదారికేమాకు
పీరక్తిభక్తిభావమందు - శక్తిగలిగెమాకు ॥ఏమిా॥
శంకలేని ఆత్మజ్ఞానా-మింకదాకికేమాకు। శ్రీశంకర
సద్గురునిబోధ-సిద్ధిగలిగేమాకు ॥ఏమిాకొాదువా॥

జీవన్ముక్తియనగా గీ॥ తలపుచేతగలుగుతారక బ్రహ్మంబు। తలచిచూడ తానెతత్త్వమగును। తలపులోనెతలపు తన్నుతానెరిగిన విశ్వదాభిరామ వినురవేమా॥ అన్నట్లు జీవుడైనతాను దేవుడుతానని తన్నుతానెరుగునదే ఒక్కయుక్తిలో ముక్తియైయున్నది. తాననగా తెలివిరూపమైన ఆత్మయున్నూ, సంకల్పరూపమైన మనస్సున్నూ, రెండున్నూగలసి దేహాభావముచేత జీవుడనిన్నీ, ఆత్మభావముచేత దేవుడనిన్నీ, చెప్పబడుచున్నదిగాని, జీవుడుతానని, దేవుడుతానని మనస్సుకున్నూ, ఆత్మకున్నూ వేరువేరుగా చెప్పబడదు. గనుక తెలివిరూపమైనఆత్మ, తనతలపులో సాక్షియై వెలుగుచున్నదని తనతలపులోనిలిపి దేహముతాననే తలపునువదలి దేవుడుతాననితలపోయుచుండిన తనతలపులో వెలుగుచున్నతారకబ్రహ్మము తనకు ప్రసన్నమై తనతలపుతెలివిలోగలసి తారకబ్రహ్మముతానై ప్రకాశించునదియే ఆత్మసాయుజ్య మనబడుచున్నది.

యిట్లు బ్రహ్మసాక్షాత్కారపరుండైన వానికి ముక్తికాంతాసంభోగమును కామధేనువవలెనున్నా, బ్రహ్మవిద్యానందమును కల్పవృక్షమువలెనున్నా తన్నాశ్రయించి సర్వభోగసంతుష్టినొందించుటవలన నాకేచింతయు లేదనిన్నీ, నాకు సర్వవేదాంతరహస్యంబైన స్వారాజ్యాభిషేకముసిద్ధించినందున నామె మనోవాక్కాయములు త్రికరణశుద్ధిగా పరబ్రహ్మమునే భజింపుచున్నవనిన్నీ, నాయంతఃకరణము ఆత్మజ్యోతియందు నిలచి దహరాకాశమునే దర్శించుటవలన మాయాస్వరూపములందు చిక్కుబడనివిజ్ఞానదృష్టిలభించినదనిన్నీ, నాకు సర్వోత్కృష్టమైన మోక్షలక్ష్మి లభించుటవలన అష్టైశ్వర్యములయందును నిస్పృహత్వము గలిగినదనిన్నీ, నాయిచ్ఛా, జ్ఞాన, క్రియాశక్తి ముక్తికాంతాసంభోగమందు మరగియుండుటవలన విషయభోగములందు విరక్తిన్నీ, ఆత్మపరతియందనురక్తిన్నీ గలుగుచున్నవనిన్నీ, నాకు సద్గురుకటాక్షంబువలన సర్వసంశయంబులు నిర్మూలంబై జన్మరహితంబైన విదేహకైవల్యము నాస్వదేహమందే సిద్ధించుటవలన జన్మసాఫల్యముంజెంది నిరంతరము గురుభజనంబుజేయుచు కృతార్థుడగుచున్నాడని తాత్పర్యము.

రాగం—తాళం.

గురుచరణస్మరణామృతపానము। పరయోగు
లకిదిజీవనము॥ పరమహంసగురుపాదసేవనము। పర
మామృతసంజీవనము ॥గురు॥ మరణవ్యాఘ్రములకు-మహా
ఔషధము। జననదుఃఖసంహారకము ॥గురు॥ దేహి
దేహగుణ-మోహవిచ్ఛేదము। దివ్యజ్ఞానసుఖదాయక
ము ॥గురు॥ సాంఖ్యతారకము-సత్య-విచారము। స్వ
స్వరూపసందర్శనము॥గురు। స్థూలసూక్ష్మతను-కారణ
లింగము। సునీలమధ్యమునసంగమము ॥గురు॥ సూర్య
దాసగురు-సూత్రసంధానము। స్వప్రకాశమే కేవలము॥

శ్లో॥ నగురోరధికంసాధ్యం। నగురోరధికంతపః।
నగురోరధికంధ్యానం। నాస్తితత్త్వంగురోఃపరం॥

అన్నట్లు లోకంబునముముక్షువులకు సద్గురుబోధయే ముఖ్యసాధనమైనందున మోక్షాసక్తులైనసజ్జనులు సద్గురువును యిష్టదైవముగాప్రేమించి చతుర్విధశుశ్రూషలతో సేవించి సద్గురూపదిష్టంబైనబోధసూత్రమును గ్రహించి స్వారాజ్యాభిషిక్తులై మోక్షసామ్రాజ్యసుఖం బనుభవింతురుగాక! నిర్హేతుకజాయమాన

కటాక్షంబునసద్గురుప్రసాదంబు లభించుగాక! ఈముక్తి కాంతావిలాసంబులోకంబున బ్రహ్మవిద్యావిలాసంబై ప్రబలించుగాక!

ముక్తికాంతావిలాసము

సంపూర్ణము.

ఓమ్

తత్సత్

బ్రహ్మైవాహమస్మి

గద్య.

ఇది శ్రీశంకరమంచి లక్ష్మీనృసింహ సద్గురు
కటాక్షలబ్ధంబును బ్రహ్మవిద్యాప్రబో
ధంబును శ్రీగవరాజవంశపవిత్ర
లక్షణామాత్యపుత్ర సూర్యనా
రాయణశర్మణావిరచితంబు
ను, ముక్తికాంతావిలా
సంబనుమోక్షగ్రంథము
సంపూర్ణము.

ప్రకటన.

1 జగన్నాటక విలాసము.

2 విదేహకైవల్యము.

3 అనుభవదర్పణము.

4 సతీపతిహితోపదేశము.

5 పరమార్థబాలబోధ

6 ముక్తికాంతావిలాసమున్ను యీయారుగ్రంథముల వాక్యాన్ను లోకంబున ముముక్షువులకొరకు భగవదర్పణము చేయబడినవి. గనుక లోకంబున ధర్మాత్ములు యీమోక్షగ్రంథములను భగవత్ప్రీతిగా ముద్రించి ప్రకటింపగోరుచున్నాడను.

ఈగ్రంథములు వలయువారు

మ.రా.రా.శ్రీ ఎర్రమిల్లి వెంకటబంగారావుగారు.

పాశర్లపూడి. నగరంతాలూకా.

గోదావరిజిల్లా.

అని వ్రాయవలెను.

జగపతిముద్రాక్షరశాల—పెద్దాపురం.

10399

www.ingramcontent.com/pod-product-compliance
Lightning Source LLC
LaVergne TN
LVHW080054220825
819277LV00039B/714
* 9 7 8 1 1 4 9 8 8 8 4 8 3 *